ਮੈਥਿਅਸ ਫੈਂਡਲਰ

ਨਵੀਨ ਰੀਅਲ ਅਸਟੇਟ ਮੈਚਿੰਗ ਦਾ ਵਿਚਾਰ: ਰੀਅਲ ਅਸਟੇਟ ਏਜੇਂਸੀ ਦਾ ਸਧਾਰਨ ਕੰਮ

ਰੀਅਲ ਅਸਟੇਟ ਮੈਚਿੰਗ: ਇਕ ਨਵੀਨ ਰੀਅਲ ਅਸਟੇਟ ਮੈਚਿੰਗ ਪੋਰਟਲ ਜ਼ਰੀਏ ਹੁਨਰਮੰਦ, ਸਧਾਰਨ ਅਤੇ ਪੇਸ਼ੇਵਰ ਰੀਅਲ ਅਸਟੇਟ ਦਲਾਲੀ

ਛਾਪ

ਪ੍ਰਕਾਸ਼ਿਤ ਪੁਸਤਕ ਵਜੋਂ ਪਹਿਲਾ ਅੰਕ. ਫਰਵਰੀ 2017
(ਮੂਲ ਰੂਪ 'ਚ ਜਰਮਨ 'ਚ ਪ੍ਰਕਾਸ਼ਿਤ, ਦਸੰਬਰ 2016)

© 2016 ਮੈਥਿਅਸ ਫੈਡਲਰ

ਮੈਥਿਅਸ ਫੈਡਲਰ
ਏਰੀਕਾ-ਵੋਨ-ਬਰੋਕਡਰੋਫ-ਸਟ੍ਰੀਟ 19
41352 ਸਥਾਨ: ਕੋਰੋਸਚੇਨਬਰੋਇਕ
ਜਰਮਨੀ
www.matthiasfiedler.net

ਉਤਪਾਦਨ ਅਤੇ ਛਪਾਈ: ਅਖੀਰਲੇ ਪੰਨੇ ਦੀ ਛਾਪ ਵੇਖੋ

ਕਵਰ ਡਿਜ਼ਾਈਨ: ਮੈਥਿਅਸ ਫੈਡਲਰ
ਈ-ਬੁੱਕ ਦੀ ਸਿਰਜਨਾ: ਮੈਥਿਅਸ ਫੈਡਲਰ

ਸਾਰੇ ਹੱਕ ਰਾਖਵੇਂ ਹਨ

ISBN-13 (ਪੇਪਰਬੇਕ): 978-3-947082-84-1
ISBN-13 (ਈ-ਬੁੱਕ ਮੋਬਾਇਲ): 978-3-947082-85-8
ISBN-13 (ਈ-ਬੁੱਕ ਈਪ੍ਰਕਾਸ਼ਨ): 978-3-947082-86-5

ਜਰਮਨ ਨੈਸ਼ਨਲ ਲਾਈਬ੍ਰੇਰੀ ਤੋਂ ਸੰਦਰਭ ਸੂਚੀ ਦੀ ਸੂਚਨਾ: ਜਰਮਨ ਨੈਸ਼ਨਲ ਲਾਈਬ੍ਰੇਰੀ ਨੇ ਜਰਮਨ ਨੈਸ਼ਨਲ ਬਿਬਲੋਗ੍ਰਾਫ਼ੀ 'ਚ ਇਸ ਪਬਲੀਕੇਸ਼ਨ ਨੂੰ ਪ੍ਰਕਾਸ਼ਿਤ ਕੀਤਾ ਹੈ। ਵਿਸਥਾਰਿਤ ਬਿਬਲੀਓਗ੍ਰਾਫ਼ੀ ਡੇਟਾ ਇੰਟਰਨੇਟ 'ਤੇ http://dnb.d-nb.de 'ਤੇ ਉਪਲਬਧ ਹਨ।

ਭੂਮਿਕਾ

ਇਸ ਕਿਤਾਬ 'ਚ, ਮਹੱਤਵਪੂਰਨ ਟਰਨਓਵਰ ਪੁਟੈਂਸ਼ੀਅਲ (ਬਿਲੀਅਨ ਯੂਰੋ) ਦੀ ਗਣਨਾ ਨਾਲ਼ ਇਕ ਸਰਬਵਿਆਪਕ ਰੀਅਲ ਅਸਟੇਟ ਮੈਚਿੰਗ ਪੋਰਟਲ (ਐਪ-ਐਪਲੀਕੇਸ਼ਨ) ਦੀ ਵਿਆਖਿਆ ਕੀਤੀ ਗਈ ਹੈ ਜੋ ਰੀਅਲ ਅਸਟੇਟ ਮੁਲਾਂਕਣ (ਯੂਰੋ ਟਰਨਓਵਰ ਪੁਟੈਂਸ਼ੀਅਲ ਦਾ ਟ੍ਰਿਲਿਅਨ) ਸਮੇਤ ਰੀਅਲ ਅਸਟੇਟ ਬਰੋਕਰ ਸਾਫਟਵੇਅਰ ਨਾਲ਼ ਏਕੀਕ੍ਰਿਤ ਹੈ।

ਇਸਦਾ ਮਤਲਬ ਹੈ ਕਿ ਰਿਹਾਇਸ਼ੀ ਅਤੇ ਕਮਰਸ਼ੀਅਲ ਰੀਅਲ ਅਸਟੇਟ, ਚਾਹੇ ਇਸਤੇਮਾਲ ਹੋਇਆ ਜਾਂ ਕਿਰਾਏ 'ਤੇ ਦਿਤਾ ਗਿਆ ਹੈ, ਮੁਹਾਰਤ ਨਾਲ਼ ਅਤੇ ਸਮਾਂ ਬਚਾਉਣ ਦੇ ਤਰੀਕੇ ਨਾਲ਼ ਪਹੁੰਚਾਇਆ ਜਾ ਸਕਦਾ ਹੈ। ਇਹ ਸਾਰੇ ਰੀਅਲ ਅਸਟੇਟ ਬਰੋਕਰਾਂ ਅਤੇ ਪ੍ਰਾਪਰਟੀ ਮਾਲਕਾਂ ਲਈ ਨਵੀਨ ਅਤੇ ਪੇਸ਼ੇਵਰ ਰੀਅਲ ਅਸਟੇਟ ਏਜੇਂਸੀ ਦਾ ਭਵਿੱਖ ਹੈ। ਰੀਅਲ ਅਸਟੇਟ ਮੈਚਿੰਗ ਲਗਭਗ ਸਾਰੇ ਦੇਸ਼ਾਂ 'ਚ ਅਤੇ ਇਥੋਂ ਤਕ ਕਿ ਅੰਤਰ-ਦੇਸ਼ੀ ਵੀ ਕੰਮ ਕਰਦਾ ਹੈ।

ਖਰੀਦਦਾਰ ਜਾਂ ਕਿਰਾਏਦਾਰ ਕੋਲ਼ ਪ੍ਰਾਪਰਟੀਆਂ ਨੂੰ ਲਿਆਉਣ ਦੀ ਬਜਾਏ, ਰੀਅਲ ਅਸਟੇਟ ਹਿੱਤਾਂ ਦੀ ਰੀਅਲ ਅਸਟੇਟ ਮੈਚਿੰਗ ਪੋਰਟਲ ਨਾਲ਼ ਪੂਰਤੀ

ਹੋ ਜਾਂਦੀ ਹੈ ਅਤੇ ਰੀਅਲ ਅਸਟੇਟ ਬਰੋਕਰਾਂ ਦੀਆਂ ਪ੍ਰਾਪਰਟੀਆਂ ਨਾਲ਼

ਜੁੜਦੇ ਹਨ।

ਤਤਕਰਾ

ਮੁਖਬੰਦ

2011 'ਚ, ਮੈਂ ਨਵੀਨ ਰੀਅਲ ਅਸਟੇਟ ਮੈਚਿੰਗ ਦੇ ਇਸ ਸੰਕਲਪ ਨੂੰ ਤਿਆਰ ਕੀਤਾ ਅਤੇ ਵਿਕਸਿਤ ਕੀਤਾ।

1998 ਤੋਂ, ਮੈਂ ਰੀਅਲ ਅਸਟੇਟ ਸੈਕਟਰ (ਰੀਅਲ ਅਸਟੇਟ, ਖਰੀਦ ਅਤੇ ਵਿੱਕਰੀ, ਮੁਲਾਂਕਣ, ਠੇਕਾ ਲੈਣਾ ਅਤੇ ਭੂਮੀ ਦੇ ਵਿਕਾਸ ਸਮੇਤ) 'ਚ ਸਰਗਰਮ ਹਾਂਅਸਟੇਟ।. ਮੈਂ ਇਕ ਰੀਅਲ ਅਸਟੇਟ ਤਜ਼ਰਬੇਕਾਰ (ਆਈਐਚਕੇ), ਇਕ ਰੀਅਲ ਅਸਟੇਟ ਅਰਥਸ਼ਾਸ਼ਤਰੀ (ਏਡੀਆਈ) ਅਤੇ ਇਕ ਰੀਅਲ ਅਸਟੇਟਮੁਲਾਂਕਣਕਰਤਾ (ਡੀਈਕੇਆਰਏ) ਵਾਂਗ ਹੀ, ਕੌਮਾਂਤਰੀ ਪੱਧਰ 'ਤੇ ਮਾਨਤਾ ਹਾਸਿਲ ਰਾਇਲ ਇੰਸਟੀਚਿਊਸ਼ਨ ਆਫ਼ ਚਾਰਟਰ ਸਰਵੇਅਰ (ਐਮਆਰਆਈਸੀਐਸ) ਰੀਅਲ ਅਸਟੇਟ ਅਸੋਸੀਏਸ਼ਨ ਦਾ ਮੈਂਬਰ ਹਾਂ।

ਮੈਥਿਅਸ ਫੈਡਲਰ

ਕੋਰਸ਼ਚੇਨਬਰੋਇਕ, 31.10.2016

www.matthiasfiedler.net

1. ਨਵੀਨ ਰੀਅਲ ਅਸਟੇਟਮੈਚਿੰਗ ਦਾ ਵਿਚਾਰ: ਰੀਅਲ ਅਸਟੇਟ ਏਜੇਂਸੀ ਨੂੰ ਅਸਾਨ ਬਣਾਉਂਦਾ ਹੈ

ਰੀਅਲ ਅਸਟੇਟ ਮੈਚਿੰਗਅਸਟੇਟਮੈਚਿੰਗ: ਇਕ ਨਵੀਨ ਰੀਅਲ ਅਸਟੇਟ ਮੈਚਿੰਗ ਪੋਰਟਲ ਜ਼ਰੀਏ ਅਸਰਦਾਰ, ਅਸਾਨ ਅਤੇ ਪੇਸ਼ੇਵਰ ਰੀਅਲ ਅਸਟੇਟ ਦਲਾਲੀ

ਖਰੀਦਦਾਰ ਜਾਂ ਕਿਰਾਏਦਾਰ ਲਈ "ਰੀਅਲ ਅਸਟੇਟ" ਦੀ ਬਜਾਏ, ਰੀਅਲ ਅਸਟੇਟ ਹਿੱਤਅਸਟੇਟਹਿੱਤ (ਸਰਚ ਪ੍ਰੋਫਾਇਲ), ਰੀਅਲ ਅਸਟੇਟ ਮੈਚਿੰਗ ਪੋਰਟਲ (ਐਪ-ਐਪਲੀਕੇਸ਼ਨ) ਦੇ ਮਾਧਿਅਮ ਨਾਲ਼, ਰੀਅਲ ਅਸਟੇਟ ਬਰੋਕਰਾਂ ਦੀਆਂ ਪ੍ਰਾਪਰਟੀਆ ਨਾਲ਼ ਮਿਲਾਨ ਕਰਵਾਏ ਅਤੇ ਜੋੜੇ ਜਾਂਦੇ ਹਨ।

2. ਰੀਅਲ ਅਸਟੇਟ ਮਾਲਕਾਂ ਅਤੇ ਰੀਅਲ ਅਸਟੇਟ ਪ੍ਰਦਾਤਿਆਂ ਦੇ ਮਕਸਦ

ਰੀਅਲ ਅਸਟੇਟ ਸੇਲਜ਼ਮੈਨ ਅਤੇ ਲੈਂਡਲਾਰਡ ਦੇ ਦ੍ਰਿਸ਼ਟੀਕੋਣ ਨਾਲ਼, ਆਪਣੀ ਸੰਪਤੀ ਨੂੰ ਤੁਰੰਤ ਅਤੇ ਸਭ ਤੋਂ ਵੱਧ ਸੰਭਵ ਕੀਮਤ 'ਤੇ ਵੇਚਣਾ ਮਹੱਤਵਪੂਰਨ ਹੈ।

ਖਰੀਦਦਾਰ ਅਤੇ ਸਬੰਧਿਤ ਕਿਰਾਏਦਾਰ, ਦੇ ਦ੍ਰਿਸ਼ਟੀਕੋਣ ਨਾਲ਼, ਤੁਰੰਤ ਅਤੇ ਅਸਾਨੀ ਨਾਲ਼ ਖਰੀਦਣ ਅਤੇ ਕਿਰਾਏ 'ਤੇ ਦੇਣ ਵਾਂਗ ਹੀ ਆਪਣੀਆਂ ਉਮੀਦਾਂ ਮੁਤਾਬਕ ਸੰਪਤੀ ਦੀ ਭਾਲ ਕਰਨਾ ਵੀ ਮਹੱਤਵਪੂਰਨ ਹੈ।

3. ਰੀਅਲ ਅਸਟੇਟ ਖੋਜ ਨੂੰ ਹਾਸਿਲ ਕਰਨਾ

ਨਿਯਮ ਮੁਤਾਬਕ, ਸਬੰਧਿਤ ਨਿਵੇਸ਼ਕ ਇੰਟਰਨੈੱਟ 'ਤੇ ਵੱਡੀਆਂ ਰੀਅਲ ਅਸਟੇਟ ਪੋਰਟਲਾਂ ਅੰਦਰ ਉਹਨਾਂ ਦੇ ਮਨਚਾਹੇ ਖੇਤਰ 'ਚ ਸੰਪਤੀ ਦੀ ਭਾਲ ਕਰ ਰਹੇ ਹਨ। ਉੱਥੇ ਤੁਹਾਨੂੰ ਰੀਅਲ ਅਸਟੇਟ ਜਾਂ ਈਮੇਲ ਦੁਆਰਾ ਭੇਜੇ ਰੀਅਲ ਅਸਟੇਟ ਲਈ ਲਿੰਕਾਂ ਦੀ ਸੂਚੀ ਮਿਲ ਸਕਦੀ ਹੈ, ਜੇਕਰ ਉਹਨਾਂ ਨੇ ਸ਼ਾਰਟ ਸਰਚ ਪ੍ਰੋਫਾਇਲ ਬਣਾਈ ਹੋਈ ਹੈ। ਇਹ 2-3 ਰੀਅਲ ਅਸਟੇਟ ਪੋਰਟਲਾਂ 'ਤੇ ਕੀਤਾ ਗਿਆ ਹੈ। ਨਤੀਜੇ ਵਜੋਂ, ਪ੍ਰਦਾਤੇ ਆਮ ਤੌਰ 'ਤੇ ਈਮੇਲ ਰਾਹੀਂ ਸੰਪਰਕ ਕਰਦੇ ਹਨ। ਇਹ ਪ੍ਰਦਾਤਿਆਂ ਨੂੰ ਦਿਲਚਸਪੀ ਰੱਖਣ ਵਾਲੀਆਂ ਪਾਰਟੀਆਂ ਦੇ ਜੁੜੇ ਰਹਿਣ ਲਈ ਸੰਭਾਵਨਾ ਅਤੇ ਇਜਾਜ਼ਤ ਦਿੰਦਾ ਹੈ।

ਇਸ ਦੇ ਨਾਲ਼-ਨਾਲ਼, ਇਛੁਕ ਪਾਰਟੀਆਂ ਮਨਚਾਹੇ ਖੇਤਰ 'ਚ ਰੀਅਲ ਅਸਟੇਟ ਏਜੇਂਟਾਂ ਦੁਆਰਾ ਸੰਪਰਕ ਕੀਤੀਆਂ ਜਾਂਦੀਆਂ ਹਨ ਅਤੇ ਸਰਚ ਪ੍ਰੋਫਾਇਲ ਸਟੋਰ ਕਰ ਲਈ ਜਾਂਦੀ ਹੈ।

ਰੀਅਲ ਅਸਟੇਟ ਪੋਰਟਲ 'ਤੇ ਪ੍ਰਦਾਤੇ ਪ੍ਰਾਈਵੇਟ ਅਤੇ ਵਪਾਰਕ ਪ੍ਰਦਾਤੇ ਹੁੰਦੇ ਹਨ। ਵਪਾਰਕ ਪ੍ਰਦਾਤੇ ਮੁੱਖ ਤੌਰ 'ਤੇ ਰੀਅਲ ਅਸਟੇਟ ਦਲਾਲ ਅਤੇ ਅੰਸ਼ਕ

ਨਿਰਮਾਣ ਕੰਪਨੀਆਂ, ਰੀਅਲ ਅਸਟੇਟ ਟਰੇਡਰਜ਼ ਅਤੇ ਦੂਜੀਆਂ ਰੀਅਲ ਅਸਟੇਟ ਕੰਪਨੀਆਂ ਹਨ (ਟੈਕਸਟ 'ਚ ਰੀਅਲ ਅਸਟੇਟ ਬਰੋਕਰਾਂ ਨੂੰ ਵਪਾਰਕ ਪ੍ਰਦਾਤੇ ਕਿਹਾ ਗਿਆ ਹੈ)।

4. ਪ੍ਰਾਈਵੇਟ ਪ੍ਰਦਾਤਿਆਂ ਦੀਆਂ ਖ਼ਾਮੀਆਂ/ ਰੀਅਲ ਅਸਟੇਟ ਬਰੋਕਰ ਦੇ ਫਾਇਦੇਅਸਟੇਟਬਰੋਕਰ

ਰੀਅਲ ਅਸਟੇਟ ਦੇ ਮਾਮਲੇ 'ਚ, ਪ੍ਰਾਈਵੇਟ ਵਿੱਕਰੀ ਦੀ ਸਦਾ ਹੀ ਫੌਰੀ ਤੌਰ 'ਤੇ ਗਾਰੰਟੀ ਨਹੀਂ ਹੁੰਦੀ, ਹੁਣ, ਉਦਾਹਰਨ ਲਈ, ਇਥੇ ਵਿਰਾਸਤੀ ਪਾਰਪਰਟੀ ਦੇ ਮਾਮਲੇ 'ਚ ਜਾਂ ਜਦੋਂ ਵਿਰਾਸਤ ਨਾ ਹੋਵੇ, ਤਾਂ ਵਾਰਸਾਂ ਦਰਮਿਆਨ ਕੋਈ ਸਮਝੌਤਾ ਨਹੀਂ ਹੁੰਦਾ। ਇਸ ਤੋਂ ਇਲਾਵਾ, ਬਿਨਾ ਵਿਆਖਿਆ ਕੀਤੇ ਹੋਏ ਕਾਨੂੰਨੀ ਮਸਲੇ, ਜਿਵੇਂ ਕਿ ਦੂਜੀਆਂ ਚੀਜ਼ਾਂ ਨਾਲ਼ - ਨਾਲ਼, ਨਿਵਾਸ ਕਰਨ ਦਾ ਹੱਕ, ਵਿੱਕਰੀ ਨੂੰ ਮੁਸ਼ਕਿਲ ਬਣਾਉਂਦਾ ਹੈ।

ਕਿਰਾਏ 'ਤੇ ਲਈਆਂ ਹੋਈਆਂ ਪ੍ਰਾਪਰਟੀਆਂ ਦੇ ਮਾਮਲੇ 'ਚ, ਪ੍ਰਾਈਵੇਟ ਭੋਇੰ ਮਾਲਕਾਂ ਨੂੰ ਦਫ਼ਤਰੀ ਅਥਾਰਿਟੀਆਂ ਨਹੀਂ ਹਾਸਿਲ ਕਰਨੀਆਂ ਪੈ ਸਕਦੀਆਂ, ਉਦਾਹਰਨ ਵਜੋਂ, ਜੇਕਰ ਵਪਾਰਕ ਪ੍ਰਾਪਰਟੀ (ਫਲੇਟ) ਨੂੰ ਇਕ ਅਪਾਰਟਮੈਂਟ ਵਜੋਂ ਕਿਰਾਏ 'ਤੇ ਦੇਣਾ ਹੋਵੇ।

ਜਦੋਂ ਰੀਅਲ ਅਸਟੇਟ ਬਰੋਕਰ ਇਕ ਪ੍ਰਦਾਤੇ ਵਜੋਂ ਕੰਮ ਕਰ ਰਿਹਾ ਹੈ, ਉਹ ਆਮ ਤੌਰ 'ਤੇ ਉਪਰੋਕਤ ਪਹਿਲੂ ਸਪਸ਼ਟ ਕਰਦਾ ਹੈ। ਸਾਰੇ ਸਬੰਧਿਤ ਪ੍ਰਾਪਰਟੀ ਦਸਤਾਵੇਜ਼ਾਂ (ਫਲੋਰ ਪਲਾਨ, ਸਾਈਟ ਪਲਾਨ, ਉਰਜਾ

ਸਪਸ਼ਟੀਕਰਨ, ਲੈਂਡ ਰਜਿਸਟਰ, ਦਫ਼ਤਰੀ ਦਸਤਾਵੇਜ, ਆਦਿ) ਦੇ ਨਾਲ਼-ਨਾਲ਼ ਆਮ ਤੌਰ ‘ਤੇ ਉਪਲਬਧ ਹੁੰਦੇ ਹਨ। ਇਸ ਤਰ੍ਹਾਂ, ਵਿੱਕਰੀ ਕਰਨਾ ਜਾਂ ਕਿਰਾਏ ‘ਤੇ ਦੇਣਾ ਫੌਰੀ ਤੌਰ ‘ਤੇ ਅਤੇ ਬਿਨਾਂ’ ਕਿਸੇ ਜਟਿਲਤਾਵਾਂ ਦੇ ਸੰਭਵ ਹੈ।

5. ਰੀਅਲ ਅਸਟੇਟ ਮੈਚਿੰਗ

ਸਬੰਧਿਤ ਖਰੀਦਾਰ ਅਤੇ ਵਿਕਰੇਤਾ ਜਾਂ ਭੂਮੀ ਮਾਲਕ ਵਿਚਾਲੇ ਫੌਰੀ ਅਤੇ ਮੁਹਾਰਤ ਨਾਲ਼ ਮੈਚਿੰਗ ਹਾਸਲ ਕਰਨ ਦੇ ਮਕਸਦ ਨਾਲ਼, ਆਮ ਤੌਰ 'ਤੇ ਵਿਵਸਥਾਗਤ ਅਤੇ ਪੇਸ਼ੇਵਰ ਪਹੁੰਚ ਦਾ ਮੁਹਇਆ ਕਰਵਾਉਣਾ ਮਹੱਤਵਪੂਰਨ ਹੈ।

ਇਹ ਰੀਅਲ ਅਸਟੇਟ ਬਰੋਕਰਾਂ ਅਤੇ ਸਬੰਧਿਤ ਖਰੀਦਾਰਾਂ ਵਿਚਾਲੇ ਵੱਖ-ਵੱਖ ਪਹੁੰਚ ਜਾਂ ਵਿਧੀ ਦੇ ਮਾਧਿਅਮ ਨਾਲ਼ ਖੋਜ ਅਤੇ ਲੱਭਣ ਨਾਲ਼ ਕੀਤਾ ਜਾਂਦਾ ਹੈ. ਦੂਜੇ ਸ਼ਬਦਾਂ 'ਚ, ਖਰੀਦਾਰ ਜਾਂ ਕਿਰਾਏਦਾਰ ਨਾਲ਼ "ਰੀਅਲ ਅਸਟੇਟ" ਦੀ ਬਜਾਏ, ਰੀਅਲ ਅਸਟੇਟ ਹਿੱਤ (ਐਪ-ਐਪਲੀਕੇਸ਼ਨ), ਰੀਅਲ ਅਸਟੇਟ ਬਰੋਕਰਾਂ ਦੀਆਂ ਪ੍ਰਾਪਰਟੀਆਂ ਦੇ ਯੋਗ ਅਤੇ ਸਬੰਧਿਤ ਹੁੰਦੇ ਹਨ।

ਪਹਿਲੇ ਕਦਮ 'ਚ, ਸਬੰਧਿਤ ਖਰੀਦਾਰ ਰੀਅਲ ਅਸਟੇਟ ਪੋਰਟਲ 'ਚ ਠੋਸ ਸਰਚ ਪ੍ਰੋਫਾਈਲ ਲਭ ਰਹੇ ਹਨ. ਸਰਚ ਪ੍ਰੋਫਾਈਲ 20 ਵਿਸ਼ੇਸ਼ਤਾਈਆਂ ਰਖਦੇ ਹਨ. ਦੂਜੀਆਂ ਚੀਜ਼ਾਂ ਦੇ ਨਾਲ਼-ਨਾਲ਼ ਹੇਠਾਂ ਲਿਖੀਆਂ ਵਿਸ਼ੇਸ਼ਤਾਈਆਂ (ਪੂਰੀ ਲਿਸਟਿੰਗ ਨਹੀਂ) ਸਰਚ ਪ੍ਰੋਫਾਈਲ ਲਈ ਜ਼ਰੂਰੀ ਹਨ.

-ਖੇਤਰ/ਪੋਸਟਲ ਕੋਡ/ਸਿਟੀ

-ਵਸਤੂ ਦੀ ਕਿਸਮ

-ਪ੍ਰਾਪਰਟੀ ਦਾ ਆਕਾਰ

-ਰਹਿਣ ਦੀ ਜਗ੍ਹਾ

-ਖਰੀਦ/ਕਿਰਾਏ ਦੀ ਕੀਮਤ

-ਨਿਰਮਾਣ ਸਾਲ

-ਫ਼ਰਸ਼

-ਕਮਰਿਆਂ ਦੀ ਗਿਣਤੀ

-ਕਿਰਾਏ (ਹਾਂ/ਨਾਂਹ)

-ਤਹਿਖਾਨਾ (ਹਾਂ/ਨਾਂਹ)

-ਬਾਲਕਨੀ/ਟੈਰਿਸ (ਹਾਂ/ਨਾਂਹ)

-ਹੀਟਿੰਗ ਦੀ ਕਿਸਮ

-ਪਾਰਕਿੰਗ ਦੀ ਜਗਾਂ (ਹਾਂ/ਨਾਂਹ)

ਇਸ ਹਾਲਤ 'ਚ, ਵਿਸ਼ੇਸ਼ਤਾਵਾਂ ਨੂੰ ਫਰੀਲੀ ਭਰਨਾ ਨਹੀਂ ਸਗੋਂ ਕ੍ਰਮਵਾਰ ਫੀਚਰ ਫੀਲਡ (ਉਦਾਹਰਨ ਲਈ ਔਬਜੈਕਟ ਦੀ ਕਿਸਮ) 'ਤੇ ਕਲਿੱਕ ਕਰਦੇ ਹੋਏ ਪੂਰਵਨਿਰਧਾਰਿਤ ਸੰਭਾਵਨਾਂ/ਵਿਕਲਪਾਂ (ਉਦਾਹਰਨ ਲਈ ਔਬਜੈਕਟ ਦੀ ਕਿਸਮ: ਅਪਾਰਟਮੈਂਟ, ਫੈਮਲੀ ਹਾਊਸ, ਵੇਅਰਹਾਊਸ, ਦਫ਼ਤਰ) ਨਾਲ਼ ਸੂਚੀ' 'ਚੋਂ ਚੁਣਨਾ ਮਹੱਤਵਪੂਰਨ ਹੈ. ਵਿਕਲਪਕ ਤੌਰ 'ਤੇ ਅਗਾਂਹ ਵਾਲੀਆਂ ਸਰਚ ਪ੍ਰੋਫਾਈਲਾਂ ਇਛੁਕ ਪਾਰਟੀਆਂ ਵਲੋਂ ਬਣਾਈਆਂ ਜਾ ਸਕਦੀਆਂ ਹਨ। ਸਰਚ ਪ੍ਰੋਫਾਇਲ ਦਾ ਇਕ ਬਦਲਾਅ ਵੀ ਸੰਭਵ ਹੈ।

ਇਸਦੇ ਨਾਲ਼ ਹੀ, ਇਛੁਕ ਪਾਰਟੀਆਂ ਵਲੋਂ ਪੂਰੇ ਸੰਪਰਕ ਵੇਰਵੇ ਵੀ ਦਿਤੇ ਗਏ ਖੇਤਰਾਂ 'ਚ ਭਰੇ ਜਾਂਦੇ ਹਨ। ਇਹ ਨਾਮ, ਪਹਿਲਾ ਨਾਮ, ਗਲੀ, ਘਰ ਦਾ ਨੰਬਰ, ਪੋਸਟਲ ਕੋਡ, ਟਾਊਨ, ਟੇਲੀਫ਼ੋਨ ਅਤੇ ਈਮੇਲ ਹਨ। ਇਸ ਸੰਦਰਭ 'ਚ, ਇਛੁਕ ਪਾਰਟੀਆਂ ਰੀਅਲ ਅਸਟੇਟ ਬਰੋਕਰਾਂ ਦੁਆਰਾ ਸੰਪਰਕ ਕਰਨ ਅਤੇ ਢੁਕਵੇਂ ਵੇਰਵੇ ਭੇਜਣ ਲਈ ਸਹਿਮਤੀ ਦਿੰਦੀਆਂ ਹਨ।

ਨਾਲ਼ ਹੀ, ਸਬੰਧਿਤ ਗਾਹਕ, ਰੀਅਲ ਅਸਟੇਟ ਮੈਚਿੰਗ ਪੋਰਟਲ ਦੇ ਆਪਰੇਟਰ ਨਾਲ਼ ਕੰਟਰੈਕਟ 'ਚ ਦਾਖਲ ਹੁੰਦੇ ਹਨ।

ਅਗਲੇ ਚਰਨ 'ਚ, ਸਰਚ ਪ੍ਰੋਫਾਈਲ, ਜਰਮਨੀ 'ਚ "ਓਪਨ" ਪ੍ਰੋਗਰਾਮਿੰਗ ਇੰਟਰਫੇਸ- ਸਬੰਧਿਤ ਰੀਅਲ ਅਸਟੇਟ ਦਲਾਲ, ਅਜੇ ਪ੍ਰਤੱਖ ਨਹੀਂ- ਦੇ ਮੁਕਾਬਲੇ ਇਕ ਐਪਲੀਕੇਸ਼ਨ ਪ੍ਰੋਗਰਾਮਿੰਗ ਇੰਟਰਫੇਸ (ਏਪੀਆਈ) ਦੇ ਜ਼ਰੀਏ ਉਪਲਬਧ ਹੁੰਦੀ ਹੈ। ਇਹ ਨੋਟ ਕਰ ਲੈਣਾ ਚਾਹੀਦਾ ਹੈ ਕਿ ਇਹ ਪ੍ਰੋਗਰਾਮਿੰਗ ਇੰਟਰਫੇਸ- ਲਗਭਗ ਲਾਗੂ ਕਰਨ ਲਈ ਕੁੰਜੀ- ਨੂੰ ਹਰ ਰੀਅਲ ਅਸਟੇਟ ਬਰੋਕਰ ਸਾਫਟਵੇਅਰ ਨੂੰ ਸਮਰਥਨ ਜਾਂ ਸੰਚਾਰ ਨੂੰ ਸੁਨਿਸ਼ਚਿਤ ਕਰਨਾ ਚਾਹੀਦਾ ਹੈ। ਜੇਕਰ ਨਹੀਂ, ਤਾਂ ਇਹ ਤਕਨੀਕੀ ਤੌਰ 'ਤੇ ਸੰਭਵ ਹੋਵੇਗਾ। ਹੁਣ ਤਕ ਇਥੇ ਉਪਰੋਕਤ ਜ਼ਿਕਰ ਕੀਤੇ ਗਏ ਪ੍ਰੋਗਰਾਮਿੰਗ ਇੰਟਰਫੇਸ "ਓਪਨੀਮੋ" ਅਤੇ ਅਭਿਆਸ 'ਚ ਦੂਜੇ ਪ੍ਰਗਰਾਮਿੰਗ ਇੰਟਰਫੇਸ ਵਾਂਗ ਪਹਿਲਾਂ ਹੀ ਇਕ ਪ੍ਰੋਗਰਾਮਿੰਗ ਇੰਟਰਫੇਸ ਹਨ, ਸਰਚ ਪ੍ਰੋਫਾਇਲ ਦਾ ਇਕ ਸੰਚਾਰ ਸੰਭਵ ਹੋ ਸਕਦਾ ਹੈ।

ਹੁਣ ਰੀਅਲ ਅਸਟੇਟ ਦਲਾਲ, ਸਰਚ ਪ੍ਰੋਫਾਇਲਾਂ ਨਾਲ਼ ਉਹਨਾਂ ਦੀ ਰੀਅਲ ਅਸਟੇਟ ਦੀ ਤੁਲਨਾ ਕਰਦੇ ਹਨ। ਇਸ ਮਕਸਦ ਲਈ, ਪ੍ਰਾਪਰਟੀਆਂ ਰੀਅਲ

ਅਸਟੇਟ ਮੈਚਿੰਗ ਪੋਰਟਲ 'ਚ ਇਕਠੀਆਂ ਹੁੰਦੀਆਂ ਹਨ, ਅਤੇ ਸਬੰਧਿਤ ਵਿਸ਼ੇਸ਼ਤਾਈਆਂ ਦਾ ਮਿਲਾਨ ਹੁੰਦਾ ਹੈ ਅਤੇ ਜੁੜਦੀਆਂ ਹਨ।

ਦਿਤੀ ਗਈ ਪ੍ਰਤੀਸ਼ਤ ਨਾਲ਼ ਮਿਲਾਨ ਕਰਦੇ ਹੋਏ, ਇਕ ਵਾਰੀ ਮੇਚ ਬਣ ਜਾਂਦਾ ਹੈ। ਇਕ ਮੈਚਿੰਗ ਤੋਂ, ਉਦਾਹਰਨ ਲਈ 50% ਸਰਚ ਪ੍ਰੋਫਾਇਲਾਂ ਰੀਅਲ ਅਸਟੇਟ ਬਰੋਕਰ ਸਾਫਵੇਅਰ 'ਚ ਡਿਸਪਲੇ ਹੁੰਦੀਆਂ ਹਨ।

ਵਿਅਕਤੀਗਤ ਵਿਸ਼ੇਸ਼ਤਾਈਆਂ ਦਾ ਇਕ ਦੂਜੇ ਨਾਲ਼ ਮਾਪੀਆਂ ਜਾਂਦੀਆਂ ਹਨ, ਤਾਂ ਕਿ ਵਿਸ਼ੇਸ਼ਤਾਈਆਂ ਦਾ ਮਿਲਾਨ, ਮੈਚਿੰਗ ਦੀ ਇਕ ਪ੍ਰਤਿਸ਼ਤ (ਮੇਚ ਦੀ ਸੰਭਵਨਾ) ਹੋ ਸਕੇ। ਉਦਾਹਰਨ ਲਈ, ਵਿਸ਼ੇਸ਼ਤਾਈ, "ਔਬਜੈਕਟ ਟਾਈਪ" "ਰਹਿਣ ਲਈ ਜਗ੍ਹਾ" ਵਿਸ਼ੇਸ਼ਤਾ ਤੋਂ ਵੱਧ ਭਾਰ ਰੱਖਦੀ ਹੈ। ਨਾਲ਼ ਹੀ ਖਾਸ ਸੁਵਿਧਾ (ਜਿਵੇਂ ਬੇਸਮੈਂਟ) ਚੁਣੀ ਜਾ ਸਕਦੀ ਹੈ ਜਿਹੜੀ ਇਹ ਪ੍ਰਾਪਰਟੀ ਰੱਖਦੀ ਹੋਵੇ।

ਮੈਚਿੰਗ ਦੀ ਵਿਸ਼ੇਸ਼ਤਾਵਾਂ ਦਾ ਮਿਲਾਨ ਕਰਨ ਦੇ ਕੋਰਸ 'ਚ, ਰੀਅਲ ਅਸਟੇਟ ਬਰੋਕਰਾਂ ਨੂੰ ਉਹਨਾਂ ਦੇ ਮਨਚਾਹੇ (ਬੁੱਕ ਕੀਤੇ) ਖੇਤਰਾਂ 'ਚ ਪਹੁੰਚ ਦੇਣ ਤੋਂ ਪਹਿਲਾਂ ਦੇਖਭਾਲ ਵਰਤਣੀ ਚਾਹੀਦੀ ਹੈ। ਇਹ ਡੇਟਾ ਮੈਚਿੰਗ ਦੇ ਲੋੜੀਂਦੇ ਯਤਨ ਨੂੰ ਘੱਟ ਕਰਦਾ ਹੈ। ਖਾਸ ਤੌਰ 'ਤੇ ਸਬੰਧਿਤ ਰੀਅਲ ਅਸਟੇਟ

ਬਰੋਕਰ ਜਿਆਦਤਰ ਬਹੁ ਖੇਤਰੀ ਹੁੰਦੇ ਹਨ। ਇਹ ਨੋਟ ਕਰ ਲੈਣਾ ਚਾਹੀਦਾ ਹੈ ਕਿ ਜਿਸਨੂੰ "ਕਲਾਉਡ" ਕਿਹਾ ਜਾਂਦਾ ਹੈ, ਉਹਨਾਂ ਨੇ ਡੇਟਾ ਦੀ ਵਡੀ ਮਾਤਰਾ ਨੂੰ ਸਟੋਰ ਕਰਨਾ ਅਤੇ ਪ੍ਰਾਸੇਸ ਕਰਨਾ ਸੰਭਵ ਬਣਾਇਆ ਹੈ।

ਇਕ ਪੇਸ਼ੇਵਰ ਰੀਅਲ ਅਸਟੇਟ ਦਲਾਲੀ ਨੂੰ ਸੁਨਿਸ਼ਚਿਤ ਕਰਨ ਲਈ, ਸਿਰਫ਼ ਰੀਅਲ ਅਸਟੇਟ ਬਰੋਕਰ ਸਰਚ ਪ੍ਰੋਫਾਇਲ ਤਕ ਪਹੁੰਚ ਕਰ ਸਕਦਾ ਹੈ।

ਇਸ ਸਬੰਧੀ, ਰੀਅਲ ਅਸਟੇਟ ਬਰੋਕਰ ਰੀਅਲ ਅਸਟੇਟ ਮੈਚਿੰਗ ਪੋਰਟਲ ਦੇ ਆਪਰੇਟਰ ਨਾਲ਼ ਇਕ ਕੰਟਰੈਕਟ ਬਣਾਉਂਦੇ ਹਨ।

ਸਬੰਧਿਤ ਮੈਚਿੰਗ ਮਗਰੋਂ, ਇਕ ਰੀਅਲ ਅਸਟੇਟ ਬਰੋਕਰ, ਸਬੰਧਿਤ ਖਰੀਦਾਰਾਂ ਨਾਲ਼ ਸੰਪਰਕ ਕਰ ਸਕਦਾ ਹੈ ਅਤੇ ਇਸਦੇ ਉਲਟ, ਸਬੰਧਿਤ ਨਿਵੇਸ਼ਕ ਰੀਅਲ ਅਸਟੇਟ ਬਰੋਕਰਾਂ ਨਾਲ਼ ਸੰਪਰਕ ਕਰਦੇ ਹਨ। ਇਸਦਾ ਇਹ ਵੀ ਮਤਲਬ ਹੈ, ਜੇਕਰ ਰੀਅਲ ਅਸਟੇਟ ਬਰੋਕਰ ਸਬੰਧਿਤ ਖਰੀਦਦਾਰ ਨੂੰ ਆਪਣਾ ਇੰਟਰੇਸਟ ਭੇਜ ਚੁੱਕਿਆ ਹੈ, ਤਾਂ ਸਰਗਰਮੀ ਦਾ ਇਕ ਸਬੂਤ ਜਾਂ ਰੀਅਲ ਅਸਟੇਟ ਬਰੋਕਰ ਦਾ ਦਾਅਵਾ, ਵਿੱਕਰੀ ਜਾਂ ਕਿਰਾਏ

ਦੇ ਮਾਮਲੇ 'ਚ ਉਹਨਾਂ ਦੇ ਦਲਾਲੀ ਕਮੀਸ਼ਨ 'ਤੇ ਦਸਤਾਵੇਜੀਕ੍ਰਿਤ ਹੋ ਜਾਂਦਾ ਹੈ।

ਇਹ ਪੂਰਵ-ਅਨੁਮਾਨ ਲਗਾਉਂਦਾ ਹੈ ਕਿ ਰੀਅਲ ਈਸਟੇਟ ਦਲਾਲ ਮਾਲਕ ਤੋਂ ਪ੍ਰਾਪਰਟੀ ਦਾ ਪ੍ਰਬੰਧਨ ਕਰਨ ਲਈ ਕਮੀਸ਼ਨ ਲੈਂਦਾ ਹੈ ਜਾਂ ਪ੍ਰਾਪਰਟੀ ਮੁਹਇਆ ਕਰਵਾਉਣ ਲਈ ਇਜਾਜ਼ਤ ਰੱਖਦਾ ਹੈ।

6. ਅਮਲ ਦਾ ਖੇਤਰ

ਇਥੇ ਵਰਨਣ ਕੀਤੀ ਰੀਅਲ ਅਸਟੇਟ ਮੈਚਿੰਗ, ਰਿਹਾਇਸ਼ੀ ਅਤੇ ਵਪਾਰਕ ਰੀਅਲ ਅਸਟੇਟ ਸੈਕਟਰ 'ਚ ਖਰੀਦ ਅਤੇ ਕਿਰਾਏ ਵਾਸਤੇ ਪ੍ਰਾਪਰਟੀਆਂ ਲਈ ਵਰਤੋਂ ਅਨੁਕੂਲ ਹੈ। ਵਾਧੂ ਰੀਅਲ ਅਸਟੇਟ ਵਿਸ਼ੇਸ਼ਤਾਵਾਂ ਵਪਾਰਕ ਪ੍ਰਾਪਰਟੀਆਂ ਲਈ ਲੋੜੀਦੀਆਂ ਹਨ।

ਸਬੰਧਿਤ ਗਾਹਕਾਂ ਵਲੋਂ, ਜਿਵੇਂ ਕਿ ਆਮ ਤੌਰ 'ਤੇ ਹੁੰਦਾ ਹੈ, ਇਕ ਰੀਅਲ ਅਸਟੇਟ ਬਰੋਕਰ, ਉਦਾਹਰਨ ਵਜੋਂ ਗਾਹਕ ਵਲੋਂ ਹੋ ਸਕਦਾ ਹੈ।

ਸਥਾਨਿਕ ਤੌਰ 'ਤੇ, ਰੀਅਲ ਅਸਟੇਟ ਮੈਚਿੰਗ ਪੋਰਟਲ, ਤਕਰੀਬਨ ਹਰ ਦੇਸ਼ 'ਚ ਤਬਾਦਲਾ ਹੋ ਸਕਦੀ ਹੈ।

7. ਫਾਈਦੇ

ਇਹ ਪ੍ਰਾਪਰਟੀ ਮੈਚਿੰਗ ਸਬੰਧਿਤ ਖਰੀਦਦਾਰਾਂ ਲਈ ਵੱਡੇ ਫਾਇਦੇ ਮੁਹਇਆ ਕਰਵਾਉਂਦੇ ਹਨ, ਉਦਾਹਰਨ ਵਜੋਂ ਜੇਕਰ ਉਹ ਆਪਣੇ ਇਲਾਕੇ (ਨਿਵਾਸ ਦੀ ਜਗ੍ਹਾ) 'ਚ ਪ੍ਰਾਪਰਟੀ ਜਾਂ ਦੂਜੇ ਸ਼ਹਿਰ/ਇਲਾਕੇ 'ਚ ਰੁਜ਼ਗਾਰ ਦੇ ਇਕ ਬਦਲ ਲਈ ਭਾਲ ਕਰ ਰਹੇ ਹਨ।

ਤੁਸੀਂ ਕੇਵਲ ਇਕ ਵਾਰ ਆਪਣੀ ਪ੍ਰੋਫਾਇਲ ਸਬਮਿਟ ਕਰਦੇ ਹੋ ਅਤੇ ਮਨਚਾਹੇ ਇਲਾਕੇ 'ਚ ਕੰਮ ਕਰ ਰਹੇ ਰੀਅਲ ਅਸਟੇਟ ਏਜੇਂਟ ਤੋਂ ਢੁਕਵੀਂ ਪ੍ਰਾਪਰਟੀ ਹਾਸਿਲ ਕਰਦੇ ਹੋ।

ਰੀਅਲ ਅਸਟੇਟ ਦੇ ਬਰੋਕਰਾਂ ਲਈ, ਵਿੱਕਰੀ ਜਾਂ ਕਿਰਾਏ ਲਈ ਮੁਹਾਰਤ ਅਤੇ ਸਮੇਂ ਦੀ ਬਚਤ ਵਜੋਂ ਵੱਡਾ ਫਾਇਦਾ ਦਿੰਦਾ ਹੈ।

ਤੁਸੀਂ ਫੌਰੀ ਤੌਰ 'ਤੇ ਉਹਨਾਂ ਦੁਆਰਾ ਪੇਸ਼ ਸਬੰਧਿਤ ਪ੍ਰਾਪਰਟੀਆਂ ਲਈ ਠੋਸ ਉਮੀਦ ਦੀ ਸੰਭਾਵਨਾ ਦਾ ਸਾਰ ਹਾਸਿਲ ਕਰਦੇ ਹੋ।

ਇਸ ਤੋਂ ਬਿਨਾਂ, ਰੀਅਲ ਅਸਟੇਟ ਬਰੋਕਰ ਉਹਨਾਂ ਦੇ ਸਬੰਧਿਤ ਟੀਚਾ ਸਮੂਹ ਨਾਲ਼ ਸਿੱਧਾ ਸੰਬੋਧਿਤ ਹੋ ਸਕਦੇ ਹਨ, ਜੋ ਇਕ ਸਰਚ ਪ੍ਰੋਫਾਇਲ ਬਣਾਉਂਦੇ

ਹੋਏ (ਰੀਅਲ ਅਸਟੇਟ ਭੇਜਣ ਸਮੇਤ) ਉਹਨਾਂ ਦੀ ਕਲਪਿਤ ਸੰਪਤੀ ਬਾਰੇ ਠੋਸ ਵਿਚਾਰ 'ਚ ਬਦਲਦੀ ਹੈ।

ਇਹ, ਜੋ ਜਾਣਦੇ ਹਨ ਕਿ ਉਹ ਕਿਸ ਲਈ ਭਾਲ ਕਰ ਰਹੇ ਹਨ, ਉਹਨਾਂ ਨਾਲ਼ ਸੰਪਰਕਾਂ ਨੂੰ ਦਰਜ ਕਰਨ ਦੀ ਗੁਣਵੱਤਾ ਨੂੰ ਵਧਾਉਂਦਾ ਹੈ। ਇਹ ਜਾਂਚ-ਪਰਖ ਦੀਆਂ ਸਬੰਧਿਤ ਤਰੀਕਾਂ ਨੂੰ ਘਟਾਉਂਦਾ ਹੈ। ਇਹ ਦਲਾਲੀ ਹੋਣ ਲਈ ਰੀਅਲ ਅਸਟੇਟ ਲਈ ਕੁੱਲ ਮਾਰਕਟਿੰਗ ਸਮੇਂ ਨੂੰ ਘੱਟ ਕਰਦਾ ਹੈ।

ਆਮ ਤੌਰ 'ਤੇ- ਖਰੀਦਦਾਰੀ ਦੇ ਨਿਚੋੜ ਜਾਂ ਲੀਜ਼ ਸਮਝੌਤੇ ਲਈ - ਇਛੁਕ ਪਾਰਟੀਆਂ ਵਲੋਂ - ਰੀਅਲ ਅਸਟੇਟ ਦੀ ਜਾਂਚ ਦੀ ਪੈਰਵੀ ਕੀਤੀ ਜਾਂਦੀ ਹੈ।

8. ਨਮੂਨਾ ਗਣਨਾ (ਸੰਭਾਵਨਾ)- ਸਿਰਫ਼ ਸਵੈ-ਰੁਜ਼ਗਾਰ ਅਪਾਰਟਮੈਂਟ ਅਤੇ ਘਰ (ਬਿਨਾਂ ਕਿਰਾਏ ਦੇ ਅਪਾਰਟਮੈਂਟਾਂ ਅਤੇ ਵਪਾਰਕ ਪ੍ਰਾਪਰਟੀਪ੍ਰਾਪਰਟੀਆਂ ਵਾਂਗ ਹੀ ਘਰਾਂ ਦੇ ਬਿਨਾਂ)

ਹੇਠਾਂ ਦਿਤਿਆਂ ਉਦਾਹਰਨਾਂ ਰੀਅਲ ਅਸਟੇਟ ਮੈਚਿੰਗ ਦੀ ਸੰਭਾਵਨਾ ਨੂੰ ਦਿਖਾਉਂਦੀਆਂ ਹਨ।

250,000 ਨਿਵਾਸੀਆਂ ਨਾਲ਼ ਪਾਣੀ ਦੇ ਆਸ-ਪਾਸ ਵਾਲਾ ਇਲਾਕਾ, ਜਿਵੇਂ ਮੋਨਚੇਂਗਲੇਡਬਾਕ, ਇਹ 125,000 (2 ਨਿਵਾਸੀ ਪ੍ਰਤੀ ਘਰ) ਘਰਾਂ ਨਾਲ਼ ਘੇਰਿਆ ਹੋਇਆ ਹੈ। ਔਸਤ ਸਥਾਨ-ਅੰਤਰਨ ਦੀ ਦਰ 10% ਦੇ ਆਸ-ਪਾਸ ਹੈ। ਇਸ ਤਰ੍ਹਾਂ 12,500 ਘਰ ਹਰ ਸਾਲ ਤਬਦੀਲ ਹੁੰਦੇ ਹਨ। ਮੋਨਚੇਂਗਲੇਡਬਾਕ ਤੋਂ ਲੋਕਾਂ ਦਾ ਇਧਰ ਉਧਰ ਜਾਣਾ ਕਿਸੇ ਖਾਤੇ 'ਚ ਨਹੀਂ ਆਉਂਦਾ- ਲਗਭਗ 10,000 ਘਰ (80%) ਪ੍ਰਾਪਰਟੀਕਿਰਾਏ ਲਈ ਅਤੇ 2,500 ਘਰ (20%) ਲਈ ਪ੍ਰਾਪਰਟੀ ਖਰੀਦਣ ਲਈ ਭਾਲ ਕਰ ਰਹੇ ਹਨ।

ਮੋਨਚੇਂਗਲੇਡਬਾਕ ਦੇ ਕਸਬੇ ਦੀ ਤਜਰਬੇਕਾਰ ਕਮੇਟੀ ਦੀ ਭੂਮੀ ਮਾਰਕਿਟ ਰਿਪੋਰਟ ਮੁਤਾਬਕ, ਇਥੇ 2016 'ਚ 2,613 ਪ੍ਰਾਪਰਟੀ ਖਰੀਦ ਗਈ ਸੀ। ਇਸਨੇ 2,500 ਖਰੀਦਾਰਾਂ ਦੇ ਉਪਰੋਕਤ ਅੰਕੜੇ ਨੂੰ ਤਸਦੀਕ ਕੀਤਾ। ਇਥੇ ਉਹ ਵਧ ਹਨ ਜੋ ਆਪਣੀ ਸੰਪਤੀ ਨਹੀਂ ਭਾਲਦੇ। ਇਸਦਾ ਅਨੁਮਾਨ ਲਗਾਇਆ ਗਿਆ ਹੈ ਕਿ ਅਸਲੀ ਉਮੀਦਾਂ ਦੀ ਗਿਣਤੀ ਜਾਂ ਸਰਚ ਪ੍ਰੋਫਾਇਲ ਦੀ ਗਿਣਤੀ, ਲਗਭਗ 10% ਦਰ ਦੀ ਔਸਤ ਸਥਾਨ-ਅੰਤਰਨ ਦੀ ਦਰ ਵਾਂਗ, 25,000 ਸਰਚ ਪ੍ਰੋਫਾਇਲਾਂ ਨਾਮਕ ਵਧਦੀ ਹੋਈ ਦੁੱਗਣੀ ਹੋ ਜਾਵੇਗੀ। ਇਹ ਦੂਜੀਆਂ ਚੀਜ਼ਾਂ ਨਾਲ਼ ਸ਼ਾਮਿਲ ਕਰਦਾ ਹੈ ਕਿ ਸਬੰਧਿਤ ਗਾਹਕ ਰੀਅਲ ਅਸਟੇਟ ਮੈਚਿੰਗ ਪੋਰਟਲ 'ਚ ਕਈ ਸਰਚ ਪ੍ਰੋਫਾਇਲ ਬਣਾਉਂਦੇ ਹਨ।

ਇਹ ਜ਼ਿਕਰਯੋਗ ਹੈ ਕਿ, ਅਨੁਭਵ ਮੁਤਾਬਿਕ, ਕਰੀਬ ਅੱਧੇ ਖਰੀਦਾਰਾਂ (ਖਰੀਦਾਰਾਂ ਅਤੇ ਕਿਰਾਏਦਾਰਾਂ) ਨੇ ਰੀਅਲ ਅਸਟੇਟ ਬਰੋਕਰ ਜ਼ਰੀਏ ਆਪਣੀ ਆਪਣੀ ਪ੍ਰਾਪਰਟੀਪ੍ਰਾਪਰਟੀ ਭਾਲੀ, ਕੁੱਲ 6,250 ਘਰੇਲੂ.

ਘੱਟ ਤੋਂ ਘੱਟ ਸਾਰੇ ਘਰਾਂ ਦਾ 70% ਇੰਟਰਨੈੱਟ 'ਤੇ ਰੀਅਲ ਅਸਟੇਟ ਪੋਰਟਲਾਂ ਦੀ ਤਲਾਸ਼ ਕੀਤੀ ਹੈ, ਕੁੱਲ 8,750 ਘਰੇਲੂ (ਇਸੇ ਦੇ ਅਨੁਸਾਰ 17, 500 ਸਰਚ ਪ੍ਰੋਫਾਇਲਾਂ ਨੇ)।

ਜੇਕਰ ਸਾਰੀਆਂ ਇਛੁਕ ਪਾਰਟੀਆਂ ਦਾ 30%, ਯਾਣੀ ਮੇਨੇਚੇਂਗਲੇਡਬਾਕ ਵਰਗੇ ਸ਼ਹਿਰ 'ਚ 3,750 ਘਰ (7,500 ਸਰਚ ਪ੍ਰੋਫਾਇਲਾਂ ਦੇ ਬਰਾਬਰ), ਰੀਅਲ ਅਸਟੇਟ ਮੈਚਿੰਗ ਪੋਰਟਲ (ਐਪ ਐਪਲੀਕੇਸ਼ਨ) 1,500 ਠੋਸ ਸਰਚ ਪ੍ਰੋਫਾਇਲ (20%) ਸਿਰਜਿਤ ਕਰਨਗੀਆਂ. 6,000 ਠੋਸ ਸਰਚ ਪ੍ਰੋਫਾਇਲਾਂ (80%) ਜ਼ਰੀਏ ਸਬੰਧਿਤ ਕਿਰਾਏਦਾਰ ਆਪਣੀ ਢੁਕਵੀਂ ਰੀਅਲ ਅਸਟੇਟ ਪੇਸ਼ ਕਰਨਗੇ।

ਇਸਦਾ ਮਤਲਬ ਕਿ 10 ਮਹੀਨਿਆਂ ਦੇ ਇਕ ਔਸਤ ਸਰਚ ਸਮੇਂ ਦੌਰਾਨ ਅਤੇ ਸਬੰਧਿਤ ਗਾਹਕ ਦੁਆਰਾ ਹਰੇਕ ਸਰਚ ਪ੍ਰੋਫਾਇਲ ਲਈ ਇਕ 50 € ਪ੍ਰਤੀ ਮਹੀਨਾ ਦੀ ਇਕ ਮਿਸਾਲੀ ਕੀਮਤ, 250,000 ਨਿਵਾਸੀਆਂ ਦੇ ਸ਼ਹਿਰ 'ਚ 7,500 ਸਰਚ ਪ੍ਰੋਫਾਇਲਾਂ ਲਈ ਵਿਕਰੀ ਦੀ ਸੰਭਵਨਾ 3,750,000 € ਪ੍ਰਤੀ ਸਾਲ ਦੀ ਰਾਸ਼ੀ ਰਖਦੀ ਹੈ।

ਲਗਭਗ 80,000,000 (80 ਮਿਲੀਅਨ) ਨਿਵਾਸੀਆਂ ਨਾਲ਼ ਜਰਮਨੀ ਦੇ ਫੇਡਰਲ ਰੀਪਬਲਿਕ ਦੀ ਗਣਨਾ ਨਾਲ਼, 1,200,000,000 (1.2 ਬਿਲੀਅਨ €) ਪ੍ਰਤੀ ਸਾਲ- ਜੇਕਰ ਹਰ ਇਛੁਕ ਪਾਰਟੀ ਦੇ 30% ਦੀ ਬਜਾਏ, ਸਾਰੇ ਸਬੰਧਿਤ ਗਾਹਕਾਂ ਦਾ 40% ਰੀਅਲ ਅਸਟੇਟ ਮੈਚਿੰਗ ਪੋਰਟਲ ਜ਼ਰੀਏ ਆਪਣੀਆਂ ਪ੍ਰਾਪਰਟੀਆਂ ਭਾਲ ਰਹੇ ਹਨ, ਵਿਕਰੀ ਦੀ

ਸੰਭਵਨਾ 1,600,000,000 € (1.6 ਬਿਲੀਅਨ €) ਪ੍ਰਤੀ ਸਾਲ ਤਕ ਵਧਦੀ ਹੈ।

ਇਸ ਕੁਲ ਵਿਕਰੀ ਦੀ ਸੰਭਾਵਨਾ ਸਿਰਫ਼ ਸਵੈ-ਰੁਜ਼ਗਾਰ ਅਪਾਰਟਮੈਂਟਾਂ ਅਤੇ ਘਰਾਂ ਦੇ ਸੰਦਰਭ 'ਚ ਹੈ. ਰੇਂਟਲ ਅਤੇ ਰਿਹਾਇਸ਼ੀ ਰੀਅਲ ਅਸਟੇਟ ਸੈਕਟਰ ਅਤੇ ਸਾਰੇ ਕਮਰਸ਼ਿਅਲ ਰੀਅਲ ਅਸਟੇਟ ਅੰਦਰ ਯੀਲਡ (ਉਪਜਾਊ) ਪ੍ਰਾਪਰਟੀਆਂ ਇਸ ਸੰਭਾਵਨਾ 'ਚ ਸ਼ਾਮਿਲ ਨਹੀਂ ਕੀਤੀਆਂ ਗਈਆਂ ਹਨ

ਜਰਮਨੀ 'ਚ ਰੀਅਲ ਅਸਟੇਟ ਦਲਾਲੀ ਦੇ ਖੇਤਰ 'ਚ (ਸ਼ਾਮਿਲ ਨਿਰਮਾਣ ਕੰਪਨੀਆਂ, ਰੀਅਲ ਅਸਟੇਟ ਟਰੇਡਰਾਂ ਅਤੇ ਦੂਜੀਆਂ ਰੀਅਲ ਅਸਟੇਟ ਕੰਪਨੀਆਂ ਸਮੇਤ) ਲਗਭਗ 50,000 ਕੰਪਨੀਆਂ ਦੀ ਸੰਖਿਆ ਦੇ ਮਾਮਲੇ 'ਚ, 200,000 ਕਰਮਚਾਰੀਆਂ ਅਤੇ ਇਹਨਾਂ 50,000 ਕੰਪਨੀਆਂ ਦੇ 20% ਦੇ ਮਿਸਾਲੀ ਸ਼ੇਅਰ ਦੀ, ਪ੍ਰਤੀ ਲਸੰਸ ਪ੍ਰਤੀ ਮਹੀਨਾ 300 € ਦੀ ਮਿਸਾਲੀ ਕੀਮਤ 'ਤੇ, 72,000,000 € (72 €) ਪ੍ਰਤੀ ਸਾਲ ਦੀ ਟਰਨਓਵਰ ਦੀ ਸੰਭਾਵਨਾ ਨਾਲ਼, ਰੀਅਲ ਅਸਟੇਟ ਮੈਚਿੰਗ ਪੋਰਟਲ ਦੀ ਵਰਤੋਂ ਕਰਦੇ ਹੋਏ. ਨਾਲ਼ ਹੀ, ਸਰਚ ਪ੍ਰੋਫਾਇਲਾਂ ਲਈ ਇਕ ਖੇਤਰੀ ਬੁਕਿੰਗ ਕਰਨੀ ਚਾਹੀਦੀ ਹੈ, ਤਾਂ ਕਿ ਡਿਜਾਈਨ 'ਤੇ ਨਿਰਭਰ ਕਰਦੇ ਹੋਏ, ਮਹੱਤਵਪੂਰਨ ਵਾਧੂ ਰੇਵੀਨਿਊ ਪੋਟੇਂਸ਼ੀਅਲ ਇਥੇ ਪੈਦਾ ਕੀਤਾ ਜਾ ਸਕੇ।

ਰੀਅਲ ਅਸਟੇਟ ਬਰੋਕਰ ਆਪਣੇ ਇੰਟਰਸਟ ਦਾ ਡੇਟਾਬੇਸ-ਖਾਸ ਸਰਚ ਪ੍ਰੋਫਾਇਲਾਂ ਨਾਲ਼ ਇਛੁਕ ਪਾਰਟੀਆਂ ਦੀ ਵੱਡੀ ਸੰਭਵਨਾ ਜ਼ਰੀਏ,- ਜੇਕਰ ਉਹ ਮੌਜੂਦ ਹੋਵੇ- ਨੂੰ ਅਪਡੇਟ ਨਹੀਂ ਕਰਨਾ ਪਏਗਾ। ਖਾਸ ਤੌਰ 'ਤੇ ਹੁਣ ਇਹ ਮੌਜੂਦਾ ਸਰਚ ਪ੍ਰੋਫਾਇਲਾਂ ਦੀ ਸੰਖਿਆ, ਉਹਨਾਂ ਦੇ ਡੇਟਾਬੇਸ 'ਚ ਬਹੁਤ ਸਾਰੇ ਰੀਅਲ ਅਸਟੇਟ ਬਰੋਕਰਾਂ ਦੁਆਰਾ ਸਿਰਜਿਤ ਸਰਚ ਪ੍ਰੋਫਾਇਲਾਂ ਦੀ ਗਿਣਤੀ ਨੂੰ ਵਧੇਰੇ ਕਰਕੇ ਪਾਰ ਕਰੇਗੀ।

ਜੇਕਰ ਇਹ ਇਨਕਲਾਬੀ ਰੀਅਲ ਅਸਟੇਟ ਮੈਚਿੰਗ ਪੋਰਟਲ ਕਈ ਦੇਸ਼ਾਂ ਦੁਆਰਾ ਇਸਤੇਮਾਲ ਕੀਤਾ ਜਾਂਦਾ ਹੈ, ਉਦਾਹਰਨ ਵਜੋਂ ਜਰਮਨੀ ਦੇ ਸਬੰਧਿਤ ਖਰੀਦਦਾਰ ਮਜੋਰਕਾ (ਸਪੇਨ) ਦੇ ਮੇਡੀਟੇਰੀਨੀਅਨ ਆਈਸਲੈਂਡ 'ਤੇ ਹਾਲੀਡੇ ਅਪਾਰਟਮੈਂਟ ਲਈ ਸਰਚ ਪ੍ਰੋਫਾਇਲ ਬਣਾ ਸਕਦੇ ਹਨ ਅਤੇ ਮੋਜਰਕਾ ਨਾਲ਼ ਜੁੜੇ ਏਜੇਂਟ ਜਰਮਨ ਉਹਨਾਂ ਸਬੰਧਿਤ ਗਾਹਕਾਂ ਨੂੰ ਢੁਕਵਾਂ ਅਪਾਰਟਮੈਂਟ ਸੁਝਾ ਸਕਦੇ ਹਨ। ਜੇਕਰ ਅਨੁਵਾਦਿਤ ਸਾਮਗਰੀ ਸਪੇਨਿਸ਼ 'ਚ ਲਿਖੀ ਹੋਈ ਹੈ, ਅਜਕਲ, ਉਹ ਜੋ ਇੰਟਰਨੈੱਟ 'ਚ ਦਿਲਚਸਪੀ ਰਖਦੇ ਹਨ, ਟੈਕਸਟ ਨੂੰ ਅਨੁਵਾਦ ਪ੍ਰੋਗਰਾਮ ਜ਼ਰੀਏ ਜਰਮਨ 'ਚ ਅਨੁਵਾਦ ਕਰ ਸਕਦੇ ਹਨ।

ਸਰਚ ਪ੍ਰੋਫਾਇਲਾਂ ਅਤੇ ਰੀਅਲ ਅਸਟੇਟ, ਜਿਸਦੀ ਦਲਾਲੀ ਹੋਣੀ ਹੋਵੇ, ਨੂੰ ਮੇਲ ਕਰਨ ਦੇ ਮਕਸਦ ਨਾਲ- ਰੀਅਲ ਅਸਟੇਟ ਮੈਚਿੰਗ ਪੋਰਟਲ ਦਰਮਿਆਨ- ਭਾਸ਼ਾ ਤੋਂ ਅਜਾਦ- ਮੈਚਿੰਗ ਵਿਸ਼ੇਸ਼ਤਾਈਆਂ ਪ੍ਰੋਗਰਾਮ ਕੀਤੀਆਂ (ਮੇਥੇਮੇਟਿਕਲ) ਵਿਸ਼ੇਸ਼ਤਾਈਆਂ ਦੇ ਅਧਾਰ 'ਤੇ ਮੇਚ ਕਰਵਾਈਆਂ ਜਾ ਸਕਦੀਆਂ ਹਨ।

ਸਾਰੇ ਮਹਾਦੀਪਾਂ 'ਚ ਰੀਅਲ ਅਸਟੇਟ ਮੈਚਿੰਗ ਪੋਰਟਲ ਦਾ ਇਸਤੇਮਾਲ ਕਰਦੇ ਹੋਏ, ਵਿੱਕਰੀ (ਸਿਰਫ਼ ਸਰਚਰ ਲਈ) ਦੀਆਂ ਉਪਰੋਕਤ ਸੰਭਾਵਨਾ ਨਿਮਨਲਿਖਿਤ ਵਾਂਗ ਬਹੁਤ ਹੀ ਸਧਾਰਨ ਗਣਨਾ ਨਾਲ਼ ਦਰਸਾਈ ਜਾਂਦੀ ਹੈ।

ਸੰਸਾਰ ਦੀ ਵਸੋਂ:

7,500,000,000 (7.5 ਬਿਲੀਅਨ) ਨਿਵਾਸੀ

1. ਸਨਅਤੀਕ੍ਰਿਤ ਦੇਸ਼ਾਂ 'ਚ ਵਸੋਂ ਅਤੇ ਜਿਆਦਾ ਵੱਡੇ ਪੈਮਾਨੇ 'ਤੇ ਸਨਅਤੀਕ੍ਰਿਤ ਦੇਸ਼:

2,000,000,000 (2.0 ਬਿਲੀਅਨ) ਨਿਵਾਸੀ

2. ਉਭਰ ਰਹੇ ਬਜ਼ਾਰਾਂ 'ਚ ਵਸੋਂ:

4,000,000,000 (4.0 ਬਿਲੀਅਨ) ਨਿਵਾਸੀ

3. ਵਿਕਾਸਸ਼ੀਲ ਦੇਸ਼ਾਂ 'ਚ ਵਸੋਂ:

1,500,000,000 (1.5 ਬਿਲੀਅਨ) ਨਿਵਾਸੀ

80 ਮਿਲੀਅਨ ਨਿਵਾਸੀਆਂ ਨਾਲ਼, 1.2 ਬਿਲੀਅਨ € 'ਚ, ਫੇਰਡਲ ਰੀਪਬਲਿਕ ਆਫ ਜਰਮਨੀ ਦੀ ਸਲਾਨਾ ਕੁੱਲ ਵਿੱਕਰੀ, ਨਿਮਨਲਿਖਿਤ

ਕਾਰਕਾਂ ਰਾਹੀਂ ਸਨਅਤੀ, ਥਰੇਸ਼ਹੋਲਡ (ਉਭਰ ਰਹੇ) ਅਤੇ ਵਿਕਾਸਸ਼ੀਲ ਦੇਸ਼ਾਂ 'ਚ ਪਰਵਰਤਿਤ ਹੁੰਦੀ ਹੈ।

1. ਸਨਅਤੀ ਦੇਸ਼:   1.0

2. ਉਭਰ ਰਹੇ ਬਜ਼ਾਰ: 0.4

3. ਵਿਕਾਸਸ਼ੀਲ ਦੇਸ਼   0,1

ਇਹ ਨਿਮਨਲਿਖਿਤ ਕੁੱਲ ਵਿੱਕਰੀ ਦੀ ਸੰਭਵਨਾ 'ਚ ਬਦਲਦਾ ਹੈ (1.2 ਬਿਲੀਅਨ € ਵਸੋਂ (ਸਨਅਤੀ, ਉਭਰ ਰਹੀ ਜਾਂ ਵਿਕਾਸਸ਼ੀਲ) /80 ਮਿਲੀਅਨ ਨਿਵਾਸੀ ਏਕਸ ਕਾਰਕ)।

1. ਸਨਅਤੀ ਦੇਸ਼:   30.00 ਬਿਲੀਅਨ €

2. ਉਭਰ ਰਹੀਆਂ ਮੰਡੀਆਂ ਵਾਲੇ ਦੇਸ਼:   24.00 ਬਿਲੀਅਨ €

3. ਵਿਕਾਸਸ਼ੀਲ ਦੇਸ਼:   2.25 ਬਿਲੀਅਨ €

ਕੁੱਲ: **56.25 ਬਿਲੀਅਨ €**

9. ਨਿਚੋੜ

ਇਹ ਰੀਅਲ ਅਸਟੇਟ ਮੈਚਿੰਗ ਪੋਰਟਲ ਸੰਪਤੀ ਮਾਲਕਾਂ (ਸਬੰਧਿਤ ਖਰੀਦਦਾਰ) ਅਤੇ ਰੀਅਲ ਅਸਟੇਟ ਬਰੋਕਰਾਂ ਲਈ ਮਹੱਤਵਪੂਰਨ ਫਾਇਦੇ ਪੇਸ਼ ਕਰਦਾ ਹੈ।

1. ਸਬੰਧਿਤ ਗਾਹਕ ਮਹੱਤਵ ਨਾਲ਼ ਢੁਕਵੀਂ ਸੰਪਤੀ ਭਾਲਣ ਲਈ ਸਮੇਂ ਨੂੰ ਘਟ ਕਰਦੇ ਹਨ, ਕਿਉਂਕਿ ਸਬੰਧਿਤ ਗਾਹਕ ਸਿਰਫ਼ ਇਕ ਵਾਰੀ ਹੀ ਆਪਣੀ ਸਰਚ ਪ੍ਰੋਫਾਇਲ ਬਣਾਉਂਦੇ ਹਨ।

2. ਰੀਅਲ ਅਸਟੇਟ ਬਰੋਕਰ, ਪਹਿਲਾਂ ਤੋਂ ਹੀ ਮੌਜੂਦ ਠੋਸ ਇਛਾਵਾਂ (ਸਰਚ ਪ੍ਰੋਫਾਇਲਾਂ) ਨਾਲ਼ ਬਹੁਗਿਣਤੀ ਉਮੀਦਾਂ ਦਾ ਇਕ ਸਾਰ ਹਾਸਿਲ ਕਰਦਾ ਹੈ।

3. ਇਛੁਕ ਪਾਰਟੀਆਂ ਸਿਰਫ਼ ਸਾਰੇ ਰੀਅਲ ਅਸਟੇਟ ਬਰੋਕਰਾਂ (ਆਟੋਮੇਟਿਕ ਪੂਰਵ ਚੋਣ) ਦੁਆਰਾ ਪੇਸ਼, ਇਛੁਕ ਜਾਂ ਢੁਕਵੀਂ ਰੀਅਲ ਅਸਟੇਟ (ਸਰਚ ਪ੍ਰੋਫਾਇਲ ਅਨੁਸਾਰ) ਹਾਸਿਲ ਕਰਦੀਆਂ ਹਨ।

ਰੀਅਲ ਅਸਟੇਟ ਬਰੋਕਰ ਸਰਚ ਪ੍ਰੋਫਾਇਲਾਂ ਲਈ ਆਪਣੇ ਖੁਦ ਦੇ ਡੇਟਾਬੇਸ ਨੂੰ ਬਣਾ ਕੇ ਰੱਖਣ ਦੇ ਯਤਨ ਨੂੰ ਘਟਾਉਂਦੇ ਹਨ, ਹੁਣ ਸਰਚ ਪ੍ਰੋਫਾਇਲਾਂ ਦੀ ਬਹੁਤ ਵੱਡੀ ਗਿਣਤੀ ਪੱਕੇ ਤੌਰ 'ਤੇ ਉਪਲਬਧ ਹੈ।

4. ਹੁਣ ਸਿਰਫ਼ ਵਪਾਰਕ/ਰੀਅਲ ਅਸਟੇਟ ਬਰੋਕਰ ਰੀਅਲ ਅਸਟੇਟ ਮੈਚਿੰਗ ਪੋਰਟਲ ਨਾਲ਼ ਜੁੜੇ ਹੋਏ ਹਨ, ਸਬੰਧਿਤ ਖਰੀਦਦਾਰ ਨੂੰ ਪੇਸ਼ੇਵਰ ਅਤੇ ਵਾਰ-ਵਾਰ ਅਨੁਭਵੀ ਰੀਅਲ ਅਸਟੇਟ ਬਰੋਕਰ ਨਾਲ਼ ਡੀਲ ਕਰਨਾ ਪਏਗਾ।

5. ਰੀਅਲ ਅਸਟੇਟ ਬਰੋਕਰ ਯਾਤਰਾਵਾਂ ਦੀ ਗਿਣਤੀ ਅਤੇ ਕੁਲ ਮਾਰਕਟਿੰਗ ਦਾ ਸਮਾਂ ਘਟਾਉਂਦੇ ਹਨ। ਬਦਲੇ 'ਚ ਖਰੀਦ ਜਾਂ ਕਿਰਾਏ ਲਈ ਸਮਝੌਤਾ ਹੋਣ ਤਕ ਯਾਤਰਾਵਾਂ ਦੀਆਂ ਤਰੀਕਾਂ ਦੀ ਗਿਣਤੀ ਅਤੇ ਸਮਾਂ ਘਟਦਾ ਹੈ।

6. ਵੇਚਣ ਲਈ ਅਤੇ ਕਿਰਾਏ 'ਤੇ ਦੇਣ ਲਈ ਪ੍ਰਾਪਰਟੀਆਂ ਦੇ ਮਾਲਕ ਵੀ ਸਮਾਂ ਬਚਾਉਂਦੇ ਹਨ। ਇਸ ਤੋਂ ਇਲਾਵਾ, ਇਕ ਤੇਜ਼ੀ ਨਾਲ਼ ਲੀਜ਼ ਜਾਂ ਸੇਲ ਜ਼ਰੀਏ ਖਰੀਦ ਸੰਪਤੀਆਂ ਦੇ ਮਾਮਲੇ 'ਚ, ਕਿਰਾਏ

ਦੀਆਂ ਪ੍ਰਾਪਰਟੀਆਂ ਅਤੇ ਇਕ ਜਲਦੀ ਖਰੀਦ ਕੀਮਤ ਦੀ ਅਦਾਇਗੀ ਲਈ ਇਕ ਘੱਟ ਅਸਾਮੀ ਦਰ, ਨਾਲ ਹੀ ਇਕ ਵਿੱਤੀ ਫਾਇਦਾ ਵੀ।

7. ਰੀਅਲ ਅਸਟੇਟ ਮੈਚਿੰਗ ਦੇ ਵਿਚਾਰ ਨੂੰ ਹਾਸਿਲ ਕਰਨ ਜਾਂ ਲਾਗੂ ਕਰਨ ਨਾਲ, ਰੀਅਲ ਅਸਟੇਟ ਵਿਚੋਲਗੀ 'ਚ ਇਕ ਮਹੱਤਵਪੂਰਨ ਐਡਵਾਂਸ ਹਾਸਿਲ ਕੀਤਾ ਜਾ ਸਕਦਾ ਹੈ।

10. ਰੀਅਲ ਅਸਟੇਟ ਮੁਲਾਂਕਣ ਨੂੰ ਸ਼ਾਮਿਲ ਕਰਦੇ ਹੋਏ ਨਵੇਂ ਰੀਅਲ ਅਸਟੇਟ ਬਰੋਕਰ ਸਾਫਟਵੇਅਰ 'ਚ ਰੀਅਲ ਅਸਟੇਟ ਮੈਚਿੰਗ ਪੋਰਟਲ 'ਚ ਮਿਲਾਉਣਾ

ਪੂਰਨਤਾ ਦੀ ਤੌਰ 'ਤੇ, ਰੀਅਲ ਅਸਟੇਟ ਮੈਚਿੰਗ ਪੋਰਟਲ ਇਥੇ ਵਰਨਣ ਕਰਦਾ ਹੈ ਕਿ ਨਵੇਂ ਆਮ ਤੌਰ 'ਤੇ ਦੁਨੀਆ ਭਰ 'ਚ ਵਰਤੇ ਜਾਣ ਵਾਲੇ- ਰੀਅਲ ਅਸਟੇਟ ਬਰੋਕਰ ਸਾਫਟਵੇਅਰ ਦੇ ਜ਼ਰੂਰੀ ਹਿਸੇ ਬਣ ਸਕਦੇ ਹਨ ਜਾਂ ਬਣਨਾ ਚਾਹੀਦਾ ਹੈ। ਇਸਦਾ ਮਤਲਬ ਹੈ ਕਿ ਰੀਅਲ ਅਸਟੇਟ ਬਰੋਕਰ ਜਾਂ ਤਾਂ ਉਹਨਾਂ ਦੁਆਰਾ ਵਰਤੇ ਗਏ ਰੀਅਲ ਅਸਟੇਟ ਬਰੋਕਰ ਸਾਫਟਵੇਅਰ ਤੋਂ ਇਲਾਵਾ ਰੀਅਲ ਅਸਟੇਟ ਮੈਚਿੰਗ ਪੋਰਟਲ ਜਾਂ ਰੀਅਲ ਅਸਟੇਟ ਮੈਚਿੰਗ ਪੋਰਟਲ ਸਮੇਤ ਨਵਾਂ ਰੀਅਲ ਅਸਟੇਟ ਬਰੋਕਰ ਸਾਫਟਵੇਅਰ ਵਰਤ ਸਕਦੇ ਹਨ।

ਇਸ ਹੁਨਰਮੰਦ ਅਤੇ ਨਵੀਨ ਰੀਅਲ ਅਸਟੇਟ ਮੈਚਿੰਗ ਪੋਰਟਲ ਦੇ ਇਸਦੇ ਆਪਣੇ ਰੀਅਲ ਅਸਟੇਟ ਬਰੋਕਰ ਸਾਫਟਵੇਅਰ, ਏਕੀਕਰਨ ਰਾਹੀਂ ਇਕ ਬੁਨੀਆਦੀ ਰੀਅਲ ਟਾਈਮ ਵਿਸ਼ੇਸ਼ਤਾ, ਜਿਹੜੀ ਮਾਰਕਿਟ 'ਚ ਦਖਲ ਦੇਣ

ਲਈ ਜ਼ਰੂਰੀ ਹੈ, ਰੀਅਲ ਅਸਟੇਟ ਬਰੋਕਰ ਸਾਫਟਵੇਅਰ ਲਈ ਸਿਰਜੀ ਜਾਂਦੀ ਹੈ।

ਹੁਣ ਪ੍ਰਾਪਰਟੀ ਦਾ ਮੁਲਾਂਕਣ ਸਦਾ ਹੀ ਰੀਅਲ ਅਸਟੇਟ ਪ੍ਰਬੰਧਨ ਦਾ ਇਕ ਜ਼ਰੂਰੀ ਹਿਸਾ ਹੈ, ਇਕ ਰੀਅਲ ਅਸਟੇਟ ਮੁਲਾਂਕਣ ਟੂਲ ਰੀਅਲ ਅਸਟੇਟ ਬਰੋਕਰ ਸਾਫਟਵੇਅਰ 'ਚ ਏਕੀਕ੍ਰਿਤ ਹੁੰਦਾ ਹੈ। ਸਬੰਧਿਤ ਕੰਪਿਊਟਰ ਪ੍ਰੋਗਰਾਮਾਂ ਨਾਲ਼ ਰੀਅਲ ਅਸਟੇਟ ਮੁਲਾਂਕਣ ਲਿੰਕ ਜ਼ਰੀਏ ਰੀਅਲ ਅਸਟੇਟ ਬਰੋਕਰਾਂ ਦੀਆਂ ਦਾਖਲ/ਸਿਰਜਿਤ ਸੰਪਤੀਆਂ ਨਾਲ਼ ਸਬੰਧਿਤ ਡੇਟਾ/ਪੇਰਾਮੀਟਰ ਤੱਕ ਪਹੁੰਚ ਕੀਤੀ ਜਾ ਸਕਦੀ ਹੈ। ਜੇਕਰ ਜ਼ਰੂਰੀ ਹੋਵੇ, ਰੀਅਲ ਬਰੋਕਰ ਆਪਣੀ ਖੇਤਰੀ ਮਾਰਕਿਟ ਪਾਰਦਰਸ਼ਤਾ ਜ਼ਰੀਏ ਆਪਣੇ ਗੈਰ-ਮੌਜੂਦ ਖੇਤਰੀ ਪੈਰਮੀਟਰ ਜੋੜ ਸਕਦਾ ਹੈ।

ਨਾਲ਼ ਹੀ, ਰੀਅਲ ਅਸਟੇਟ ਬਰੋਕਰ ਸਾਫ਼ਟਵੇਅਰ ਦਲਾਲੀ ਹੋਣ ਲਈ ਪ੍ਰਾਪਰਟੀਆਂ ਦੇ ਤਥਾਕਥਿਤ ਵਰਚਿਉਲ ਰੀਅਲ ਅਸਟੇਟ ਰਾਉਂਡਾਂ ਨੂੰ ਏਕੀਕ੍ਰਿਤ ਕਰਨ ਦੇ ਯੋਗ ਹੋਣਾ ਚਾਹੀਦਾ ਹੈ। ਇਹ ਹੋ ਸਕਦਾ ਹੈ, ਉਦਾਹਰਨ ਲਈ, ਸਧਾਰਨ ਤਰੀਕੇ 'ਚ ਲਾਗੂ ਹੋਣ ਵਾਲਾ, ਜਿਸ 'ਚ ਵਾਧੂ ਐਪ (ਐਪਲੀਕੇਸ਼ਨ) ਮੋਬਾਇਲ ਫ਼ੋਨ ਅਤੇ/ਜਾਂ ਟੈਬਲੇੱਟਟੇਬਲੇਟ ਲਈ ਵਿਕਸਿਤ ਕੀਤੀ ਜਾਂਦੀ ਹੈ, ਜੋ ਕਿ ਵਰਚਿਉਲ ਰੀਅਲ ਅਸਟੇਟ ਰਾਉਂਡ-ਟਰਿਪ ਦੇ

ਏਕੀਕਰਨ ਮਗਰੋਂ ਏਕੀਕ੍ਰਿਤ ਹੁੰਦੀ ਹੈ ਜਾਂ ਰੀਅਲ ਅਸਟੇਟ ਬਰੋਕਰ ਸਾਫਟਵੇਅਰ 'ਚ ਸੰਗਠਿਤ ਹੁੰਦੀ ਹੈ।

ਜਿਥੋਂ ਤਕ ਮੁਹਾਰਤਪੂਰਨ ਅਤੇ ਨਵੀਨ ਰੀਅਲ ਅਸਟੇਟ ਮੈਚਿੰਗ ਪੋਰਟਲ ਦੇ ਨਵੇਂ ਰੀਅਲ ਅਸਟੇਟ ਬਰੋਕਰ ਸਾਫ਼ਟਵੇਅਰ ਅਤੇ ਰੀਅਲ ਅਸਟੇਟ ਮੁਲਾਂਕਣ 'ਚ ਏਕੀਕ੍ਰਿਤ ਹੁੰਦਾ ਹੈ, ਸਮਰਥਾ ਵਿੱਕਰੀ ਸਮਰਥਾ ਇਕ ਵਾਰ ਫਿਰ ਮਹੱਤਵਪੂਰਨ ਤੌਰ 'ਤੇ ਵੱਧਦੀ ਹੈ।

ਮੈਥਿਅਸ ਫੈਡਲਰ

ਕੋਰਸਚੇਨਬਰੋਇਕ, 31.10.2016

ਮੈਥਿਅਸ ਫੈਡਲਰ

ਏਰੀਕਾ-ਵੋਨ-ਬਰਾਕਡ੍ਰੋਫ਼ ਸਟ੍ਰੀਟ 19

41352 ਕੋਰਸਚੇਨਬਰੋਈਕ

ਜਰਮਨੀ

www.matthiasfiedler.net